በክርስቶስ

የቆላስይስ መፅሐፍ ጥናት

በአቤንኤዘር ገዛኸኝ

ትርጉም፡- ሳራ አብደላ

በክርስቶስ፡ የቆላስይስ መፅሐፍ ጥናት

አማርኛ የመጀመሪያ እትም © 2009 የደራሲው መብት በሕግ የተጠበቀ ነው።

ማውጫ

አጠቃቀም 5

መግቢያ 6

በክርስቶስ ያለ እምነትና ተስፋ ቆላስይስ 1፡1-8 10

በክርስቶስ ማደግ ቆላስይስ 1፡9-14 12

የክርስቶስ ልዕልና ቆላስይስ 1፡15-20 14

በክርስቶስ የታረቁ ቆላስይስ 1፡21-23 16

ክርስቶስ በእናንተ ቆላስይስ 1፡24-2፡5 18

በክርስቶስ መመላለስ ቆላስይስ 2፡6-15 20

የክርስቶስ ጥላ ቆላስይስ 2፡16-23 21

ከክርስቶስ ጋር መሰወር ቆላስይስ 3፡1-4 23

ክርስቶስ፤ ሁሉ በሁሉ ቆላስይስ 3፡5-17 24

ክርስቶስን ደስ ማሰኘት ቆላስይስ 3፡18-4፡1 26

ክርስቶስን ማወጅ ቆላስይስ 4፡2-6 28

በክርስቶስ ባሪያዎችና ወንድሞች ቆላስይስ 4፡7-18 30

በክርስቶስ - የቆላስይስ ክፍሎች 32

አጠቃቀም

ይህ የመፅሐፍ ቅዱስ ማጥኛ አጋዥ ለግልም ሆነ ለቡድን የመፅሐፍ ቅዱስ ጥናት አገልግሎት ላይ ሊውል ይችላል፡፡

- እያንዳንዱ ጥናት የተመሰረተው ሐዋርያው ጳውሎስ ለቆላስይስ ሰዎች ከፃፈላቸው መልዕክት ላይ በተወሰደ ክፍል በመሆኑ ይህንን ማጥኛ የሚጠቀም ሁሉ መፅሐፍ ቅዱሱን አብሮ መያዝ ይኖርበታል፡፡
- እግዚአብሔር ቃሉን ለመረዳትና እና በሕይወት ለመተግበር እንዲረዳ ከጥናቱ በፊት፣ በጥናቱ ጊዜና ከዚያም ኋላ መፀለይ ያስፈልጋል፡፡
- በየሳምንቱ ከጥናቱ ኋላ የተማራችሁትን ነገር ለሌሎች ለማካፈል ሞክሩ፡፡ በቆላስይስ መፅሐፍ ላይ በንግግር ስለሚደረግ ምስክርነት፣ ቃል ስለመከፋፈል፣ የቃሉን እውነት ስለማወጅ፣ ማስተማርና ማስጠንቀቅ ብዙ እንደተጠቀሰ በጥናችን ጊዜ የምናስተውለው ይሆናል፡፡ ይህንን በማድረጋችሁም፣ ተፅዕኖ ማድረግ በምትችሉነት አካባቢ የእግዚአብሔር ቃል ፍሬ እንዲያፈራ ታደርጋላችሁ፣ ልክ በቆላስይስ በነበሩ አማኞች መሃከል እንደሆነው ማለት ነው፡፡

መግቢያ

ቆላስይስ በፋራይጂያ ክልል የምትገኝ ከተማ ነበረች፡፡[1] በዚያ ከተማም አንዲት ቤተክርስቲያን ተመሰረተች፤ ይህችን ቤተክርስቲያን የመሰረተው ኤጳፍራ ይባል የነበረ ሰው ሲሆን በቃል ምስክርነት ባሳየው ታማኝነት አሊያም በጳውሎስ የተላከ በመሆኑ ምክንያት "የክርስቶስ ታማኝ አገልጋይ" ተብሎ ተጠቅሷል (ቆላ. 1፡5-7)።[2] ይህ ደብዳቤ በሐዋርያው ጳውሎስ የተፃፈ ነው። ለዚህም ማስረጃ የሚሆነው አንድም የደብዳቤው የመግቢያ የተለመደው የጳውሎስን ሰላምታ ስለሚመስል (1፡1) ሌላም በደብዳቤው መደምደሚያ ላይ "በገዛ እጄ የተጻፈ የእኔ የጳውሎስ ሰላምታ ይህ ነው።" (4፡18) የሚል በግልፅ ተፅፎ ስለምናገኝ ነው፡፡

የዚህች ቤተክርስቲያን አባላት በአመዛኙ አህዛብ (አይሁድ ያልሆኑ) ነበሩ።[3] ቤተክርስቲያኒቱ ከመላዕክት አምልኮ ("የሰውን ዕጣ-ፈንታ የሚወስን... የመላዕክት ተዋረድ አለ። (ቆላ 2፡8፣ 20፤ ከ 1፡16 በማነጻጸር))[4] ፣ ከባህታዊነት እና ከመሳሰሉ ነገሮች ጋር በተያያዘ የስህተት ትምህርት ትቸገር ነበር። በዚህ ምክንያተ ቤተክርስቲያኒቱ የክርስቶስ ማንነት እና የማዳን ሥራው ላይ መሆን ያለበትን ትኩረቷን ለሌሎች ነገሮች እንድትሰጥ አድርጓት ነበር። ጳውሎስ የሚፅፈው "በክርስቶስ ላይ ሳይሆን፣ በሰዎች ልማድና በዚህ ዓለም መሠረታዊ ሕግጋት ላይ" ስለተመሰረተ "ፍልስፍናና ከንቱ ማግባቢያ" በቆላስይስ እንዲሁም በሎዶቅያ እና በኢያራ ላሉ አብያተክርስቲያናት ለማስጠንቀቅ ነው። ስለ

---

[1] Craig S. Keener, *The IVP Bible Background Commentary: New Testament* (Downers Grove, Ill.: InterVarsity Press, 1993), 569.
[2] D. A. Carson and Douglas J. Moo, *An Introduction to the New Testament,* 2nd ed. (Grand Rapids, MI: Zondervan, 2005), 523.
[3] William J. Larkin, *Acts-Revelation: God's People Proclaiming Redemption Globally* (Bible 5133 Class Note, Columbia, SC: Columbia International University, 2011), D-13.
[4] Ibid, A-49.

ክርስቶስ ልዕልና (1፡15-20፤ 2፡3) እና በኤጳፍራ ታማኝ ምስክርነት በሰሙት የመጀመርያ የወንጌል መልዕክት ላይ ፀንተው መቆምና ማደግ እንዳለባቸው ነው ሳያሰልስ የሚናገረው።

ጳውሎስ፣ በዚህ ክርስቶስን በሚያገንን አስገራሚ ደብዳቤ ውስጥ፣ ወንጌልን መስማት፣ መታዘዝ እና ብሎም በወንጌል ማደግ አስፈላጊ መሆኑን ያሳያል። ክርስቶስ የሁሉ የበላይ እና የመዳን ብቸኛው መንገድ ስለሆነ ሰዎች የተሰበከላቸውን ወንጌል ሰምተው ሊከተሉት ይገባል።

ዛሬ ዛሬ በክርስቶስ ላይ የተከፈቱ ጦርነቶች አዳዲስ አይደሉም። ከላይ እንደተጠቀሰው፣ ሰይጣን በቤተክርስቲያን ታሪክ ውስጥ የክርስቶስን ማዕከላዊነት ለማደብዘዝ በተለያዩ መንገዶች ተግቶ ሲሰራ ነበር። የጂሆቫ ዊትነስና የእስልምና ትምህርቶች ለክርስቶስ ሰው መሆን ላይ ብቻ በማተኮር አምላክነቱን ይክዳሉ። ሌሎች ደግሞ ክርስቶስ እንደሰው ተሠቃይቶ፣ ተርቦ፣ ሞቶ፣ አልቅሶ እና አንቀላፍቶ እንደነበረ በመርሳት አምላክነቱን ብቻ አጉልተው ሰውነቱን ያጣጥላሉ። ሁለቱም ጽንፎች ትክክለኛ የሆነውን የክርስቶስን ማንነት እንዳንረዳ ይከለክላሉ።

የቆላስይስ መጽሐፍ ክርስቶስ አምላክ-ሰው መሆኑን ነው የሚያሳየን። ጳውሎስ ሚዛኑን የጠበቀ፣ ማለትም የክርስቶስን አምላክነትና ሰውነት እኩል የሚያጎላ፣ ሥነ-ክርስቶስ እንዲኖር አጥብቆ ይናገራል። ስለዚህ የቆላስይስ መልዕክት የክርስቶስን ማንነትና ሥራ በተጣመመ መልኩ እንድንረዳ ለሚያደርጉን ትምህርቶች መርዝ-ማርከሻ እንዲሆን የተጻፈ ነው።

በዚህ ደብዳቤ ውስጥ ስለእግዚአብሔር አብም ተጽፏል። የጳውሎስና አጋሮቹ “የጌታችን የኢየሱስ ክርስቶስ አባት” ወደሆነው ወደአብ ይፀልያሉ (1፡3፤ 4፡2)። ደግሞም የቆላስይስ ሰዎች ከጨለማው ወደ ልጁ መንግሥት እንዲሻገሩ ስለፈቀደም ምስጋና እንደሚገባው ተገልጧል(1፡12-14፤ 3፡16-17)። በአንዳንድ

የመጽሐፉ ክፍሎች ውስጥ አብ አይታይም፤ ለዚህ ደግሞ ምክንያቱ አብ በክርስቶስ ውስጥ ስለሚገኝ ነው (1፡15፣ 19)። ደግሞም የቆላስይስ ሰዎች ቀድሞ ባለማመን ሳሉ በልጁ ውስጥ እና በመልዕክተኞቹ በኩል ምስጢሩን የገለጠው (1፡25-29) የአብ ጠላቶች ነበሩ (1፡21)። እግዚአብሔር አብ ሕይወትን የሚሰጥና ኃጢአትን ይቅር የሚል (2፡13)፣ አካሉን የሚያሳድግ (2፡19)፣ ከክርስቶስ ጋር በዙፋኑ ላይ ያለ መሆኑ (3፡1)፣ የቅዱሳን ህይወት በእርሱ ውስጥ የተሰወረ መሆኑ፤ በኃጢአታቸው እና በአመፃቸው በሚቀጥሉ ሰዎች ላይ ቁጣው እንሚመጣ (3፡6) እና እርሱ የራሱ መንግሥት ያለው መሆኑ (4፡11) ተጠቅሷል።

በቆላስይስ መልዕክት ውስጥ የመንፈስ-ቅዱስ ስም አንድ ጊዜ ብቻ ስለተጠቀሰ አንዳንዶች መንፈስ-ቅዱስ እንብዛም ቦታ አልተሰጠውም ይላሉ። አንዳንዶች የቆላስይስን መልዕክት ከሮሜ እና ከቆሮንቶስ መልዕክቶች በማነጻጸር በበቂ ሁኔታ መንፈስ-ቅዱስ ባለመጠቀሱ ጳውሎስ የዚህ መልዕክት ጸሐፊ እንዳልሆነ ይናገራሉ። ነገርግን ምንም እንኳን ጳውሎስ መንፈስ-ቅዱስን በስም ባይጠቅሰውም፥ ዘንግቶት ነበር ማለት ግን አይደለም። የቆላስያስ አማኞች እርስ በእርስ መዋደድ፣ ደግሞም "ቅዱሳንን ሁሉ" መውደድ የቻሉት በመንፈሱ ምክንያተ ነው (1፡8)። መንፈሱ የፍቅር ብቻ ሳይሆን የጥበብና የእውቀትም (1፡ 9)፣ የብርታት (1፡11)፣ የአገልግሎት አቅም(1፡29) እና የመንፈሳዊ ቅኔ (3፡16) ሁሉ ምንጭ ነው።[5]

ሌላው ጳውሎስ ለቆላስይስ ሰዎች በጻፈው ደብዳቤ የሚያነሳው ጉዳይ ቢኖር የወንጌል መልዕክተኝነትን በተመለከተ ነው። ይህ ደብዳቤ ለወንጌል ተልዕኮ ሥነ-መለኮት ወሳኝ መጽሐፍ ቅዱሳዊ እይታ ያበረክታል። የመጀመርያው

[5] ስለመንፈስ ቅዱስ የጥልቀት ማየት ካስፈለገ፣Gordon D. Fee, *God's Empowering Presence: the Holy Spirit in the Letters of Paul* (Peabody, MA: Hendrickson Publishers, 1994), 635-657. ይመልከቱ

ምዕራፍ የሚጀመረው የቆላስይስን ሰዎች የወንጌል መልዕክተኞች በመሆናቸው እንዲሁም "የክርስቶስ ታማኝ አገልጋይ" የሆነውና በዚያ አካባቢ አብያተ-ክርስቲያናትን የተከለውን ኤጳፍራን በማመስገን ነው የሚጀምረው (1፡6-7፣ 23)። መጽሐፉ "ወንጌል የሚሰፋው በቃላቸው በሚመበሰክሩ ሰዎች በኩል"[6] መሆኑን እና የአብያተ-ክርስቲያናቱና የመልዕክተኞቹ መልክት አምላክ-ሰው የሆነ ው፣ የመጣው፣ የሞተው እና የተነሳው ደግሞም ያረገው ኢየሱስ ክርስቶስ መሆን እንዳለበት ይናገራል። ይህ መልዕክት መሰበክ ያለበት "ከሰማይ በታች ላለ ፍጥረት ሁሉ" ነው (1፡23)። የተልዕኮው ግብም በመጸሐፉ ተጠቅሷል፦ "እያንዳንዱን ሰው በክርስቶስ ፍጹም" አድርጎ ማቅረብ ይቻል ዘንድ ነው (1፡ 28)። የጳውሎስ ሕይወትና አገልግሎት ራሱ የወንጌል ተልዕኮ ግዳጅ ለብቻችን ሳይሆን ከሌሎች አብረውን ከሚሰሩ ጋር የምንወጣው መሆኑን ያስተምረናል (4፡11፤ ከ 4፡7-14 ጋር በማነጻጸር)። ቃሉን ስታጠኑ እግዚአብሔር ስለልጁ ያላችሁን መረዳት እንዲያጎለብት ጸሎቴ ነው።

[6] Larkin, *Acts-Revelation,* B-2.

በክርስቶስ ያለ እምነትና ተስፋ

ቆላስይስ 1፡1-8

1. እንዴት ክርስቲያን ሆንክ/ሽ?
2. ጳውሎስ የቆላስይስን አማኞች በአካል አግኝቷቸው አያውቅም (ስለእነርሱ ሰምቶ ግን ያውቃል)፣ ምንም አይነት ትውውቅም የለውም። ታዲያ ለምንድነው ወንድሞች እያለ የሚጠራቸው?
3. ጢሞቴዮስና ጳውሎስ ስለቆላስይስ አማኞች እግዚአብሔርን የሚያመሰግኑት ለምንድነው?
4. ለቆላስይስ አማኞች ተስፋ እና ፍቅር ምንጩ ምንድነው?
5. ቆላ. 1፡4-5 እና ሮሜ 10፡17 አንብብ/ቢ። በእነዚህ ክፍሎች ምን የሚመሳሰሉ ነገሮች አገኘህ/ሽ? በእነዚህ ክፍሎች ውስጥ የእምነት ምንጭ ሆኖ የተጠቀሰው ምንድነው?
6. ለቆላስይስ ሰዎች ወንጌልን ያደረሰው ሰው ማን ነው? እንዴት ነው ያደረሰው?
7. በቁጥር 2 ላይ "በክርስቶስ ለሆኑ" ሲል ምን ማለቱ ነው? በክርስቶስ የመሆን ፋይዳ ምንድነው?
8. ቆላ. 1፡2-6 እና ዮሐ. 14፡6ን አንብብ/ቢ። በእነዚህ ክፍሎች "እውነት" ተብሎ የተገለጠው ምንድነው? አንድ ፍፁም እውነት አለ ብለህ ታምናለህ? ለምን?
9. ጳውሎስ፣ ኤጳፍራንና የቆላስይስንም ሰዎች "ታማኝ" ብሎ የሚጠራቸው ለምን ይመስልሃል/ሻል? ካላመንክስ ለምን?

10. እምነትህን/ሽን በዙሪያህ/ሽ ያሉ ሰዎችን በመውደድ በተግባር ትገልጣለህ/ጪያለሽ? የምትገልጥ/ጪ ከሆነ እንዴት እንደምትገልጥ አብራራ/ሪ። ካልሆነ ደግሞ ይህንን ለመለማመድ ወደፊት ምን ማድረግ እንዳለብህ/ሽ አብራሪ።

11. ወንጌልን ለሌሎች በማካፈል / በመስበክ ታማኝ ልትሆን/ኚ የምትችልበት/ይበት ተግባራዊ እርምጃዎች ምን ምንድናቸው?

12. ወንጌል ፈፅሞ ያልደረሰባቸው ህዝቦች ወይም አካባቢዎች ታውቃለህ/ቂያለሽ? እንዴትና በምን ሁኔታ ነው ስለእነዚህ ህዝቦች ማወቅና በታማኝነት መጸለይ የምትችለው?

ፀሎት፡ እግዚአብሔር በታማኝነት ወንጌልን ማካፈል እና ሌሎችን እንደራስህ/ሽ መውደድ እንድትችል/ይ እንዲያስታጥቅህ/ሽ እንዲረዳህ/ሽ ፀልይ/ዪ።

በክርስቶስ ማደግ

ቆላስይስ 1፡9-14

1. በመንፈሳዊ ህይወትህ/ሽ እያደግክ/ሽ እንደሆነ ታስባለህ/ቢያለሽ ወይስ እድገትህ/ሽ የተገታ ይመስልሃል/ሻል?

2. ጳውሎስ ለምንድነው ለቆላስይስ አማኞች የእግዚአብሔርን ፈቃድ "በመንፈሳዊ ጥበብና መረዳት" እንዲያውቁ የሚፀልይላቸው?

3. "ለጌታ እንደሚገባ" መኖርና እርሱንም "በሁሉም ሥራ ደስ ማሰኘት" የሚቻለው እንዴት ነው (ቀ. 10-12)? ወይንም "ለጌታ የሚገባ" እና እርሱን ሙሉ በሙሉ የሚያስደስት "ነገር" ምንድነው?

4. የቆላስይስ ክርስቲያኖች አብን የሚያመሰግኑባቸው ወይም ሊያመሰግኑ የሚገባቸው ሶስት ምክንያቶች ምንድናቸው (ቁ. 12-14)?

5. አብ የቆላስይስን ሰዎች ያበቃቸው፣ የታደጋቸውና ያሻገራቸው በምን መንገድ ነው (ቁ. 12-14)?

6. የቆላስይስ አማኞች በኃይል ሁሉ የሚበረቱበትን ብርታት ከየት ነው የሚያገኙት (ቁ. 11)?

7. "ይሞላችሁ ዘንድ" ሲል ምን ማለቱ ነው (ቁ. 9)? ወይም "መሞላት" ማለት ምን ማለት ነው?

8. በቁ. 9 መሠረት "መንፈሳዊ ጥበብና መረዳት" ምንድነው?

9. መበርታት የሚያስፈልገው ለምንድነው?

10. አንድ ሰው ስለ እግዚአብሔር ያለውን እውቀት እንዴት ማሳደግ የሚችል ይመስልሃል/ሻል? ፀሎትና የመፅሐፍ-ቅዱስ ጥናትስ በዚህ ውስጥ ምን ድርሻ አለው?

11. በመልካም ሥራ ፍሬ ልታፈሩ የምትችልባቸው/ዪባቸው ተግባራዊ መንገዶች ምንድናቸው?

12. በእግዚአብሔር እውቀት እንዲያድግ/ድታድግ እና ፍሬ እንዲያፈራ/ድታፈራ ልትፀልዩለት/ላት የምትፈልገው/ጊው ሰው አለ?

ፀሎት፡- ጥቂት ደቂቃዎች ወስደህ/ሽ እግዚአብሔርን ስላዳነህ/ስ እና ከኃጢአት፣ ከሞት እና ከጨለማ ስላታደገህ/ሽ አመስግነው/ኚው።

የክርስቶስ ልዕልና

ቆላስይስ 1፡15-20

1. ሙስሊሞችና የዮሀዋ ምስክሮች ስለ ክርስቶስ አምላክነት ምንድነው የሚሉት?
2. “የማይታየው አምላክ ምሳሌ” ማነው?
3. ቁ. 15 “እርሱ የማይታየው አምላክ ምሳሌ ነው” ሲል ምን ማለቱ ነው (ይህንን ከ ዮሐ. 1፡18፤ 14፡8-10 እና ዕብ 1፡3 ጋር አነጻጽር/ሪ)?
4. በዚህ ዐውድ ውስጥ “በኩር” ሲል ምን ማለቱ ነው (ከ መዝ. 89፡27 ጋር አነጻጽር/ሪ)?
5. የሚከተሉት ነገሮች እያንዳንዳቸው ምን ማለት እንደሆኑ አብራራ/ሪ፡-
    - “ሁሉ ነገር በእርሱ ተፈጥሯል”
    - “ሁሉ ነገር በእርሱ በኩል ተፈጥሯል”
    - “ሁሉ ነገር ለእርሱ ተፈጥሯል”
    - “ሁሉ ነገር አንድ ላይ ተያይዞ የፀናው በእርሱ ነው”
    - “ሁሉን በእርሱ በኩል ለማስታረቅ”
6. ኢየሱስ ምን ምን ነገሮችን ነው የፈጠረው?
7. ሰው ከክርስቶስ ውጪ በሆነ ነገር ውስጥ ምልዐት (ሙሉነት) ሊያገኝ ይችላል? ለምን?
8. በእግዚአብሔርና በሰው መሃል “ሰላምን ማድረግ” ለምን ያስፈልጋል? የደሙ ፋይዳ ምንድ ነው (ዕብ. 9፡22)?
9. “ዙፋናትም ቢሆኑ ወይም ኃይላት፣ ገዦችም ቢሆኑ ወይም ባለሥልጣናት ሁሉም” [በክርስቶስ] መፈጠራቸው ምን የሚያስከትለው ነገር አለ?

10. የኢየሱስን ላዕላይነት (ከሁሉ-በላይነት) እና ከእግዚአብሔር ጋር ለመታረቅ ብቸኛ መንገድ የመሆኑን ዜና ለማድረስ የአንተ/አንቺ ድርሻ ምንድነው?

11. ኢየሱስ በአንተ/አንቺ ህይወት የበላይ መሆኑን በተግባር እያሳየህ ያለህባቸው መንገዶች ምንድናቸው?

ፀሎት፦ ባለህ/ሽና በምታደርገው/ጊው ሁሉ የሁሉ ፈጣሪ የሆነውን ክርስቶስን ማክበር እንድትችል/ዪ ፀልይ/ዪ

በክርስቶስ የታረቁ

ቆላስይስ 1፡21-23

1. ወደ ክርስቶስ ከመምጣትህ/ሽ በፊት ህይወትህ/ሽ ምን ይመስል እንደነበር ለሌሎች ማካፈል ትችላለህ? እስኪ ምን ይመስል እንደነበር አስብ።
2. የቆላስይስ ሰዎች ቀድሞ የተለዩት ለምን ነበር? የተለዩትስ ከማን ነበር?
3. በጠላትነታቸው ምክንያተ የተከሰተው ወይም ምን ነበር?
4. የመታረቃቸው ዓላማ ምንድን ነበር?
5. የቆላስይስ ሰዎች የጊዜውና የወደፊት ሁኔታ ምንድነው?
6. ጳውሎስ የቆላስይስን አማኞች ሳይናወጡ ፀንተው እንዲቆሙ የሚያስጠነቅቃቸው ለምንድነው?
7. የቆላስይስ ሰዎች ተስፋ ምንጩ ምንድነው?
8. “በሃሳባችሁ ጠላቶች” ማለት ምን ማለት ነው?
9. ከእግዚአብሔር ጋር ታርቀሃል/ሻል? እንዴት ነው የታረቅኸው/ሽው?
10. በክርስቶስ ያልሆኑ ሰዎች አሁንም ከእግዚአብሔር ጋር በጠላትነት ያሉ ይመስልሃል/ሻል? በጥል ካሉ ለእነርሱ ወንጌል በመስበክ ለጌታ ልትጠቅም የምትችለው/ቺዪው እንዴት ነው?
11. በእምነትህ የማትናወጥ/ጪ እንደሆንክ/ሽ ይሰማሃል? የማትናወጥ/ጪ ከሆንክ/ሽ ወደዚህ ደረጃ የደረስከው/ሽው እንዴት ነው? የምትናወጥ ደግሞ ከሆነ የሚያናውጥህ/ሽ ነገር ምንድነው?

ፀሎት፡- የምታውቃቸው/ቂያቸው ከእምነታቸው በመናወጥ ላይ ያሉ ወይም ደግሞ ከወንጌሉ ተስፋ እየጠፉ ያሉ ግለሰቦች አሉ? ከቡድንህ/ሽ ጋር ለእነዚህ ሰዎች ለመፀለይ ጊዜ ውሰድ/ጂ።

ክርስቶስ በእናንተ

ቆላስይስ 1፡24-2፡5

1. ፀሎትና መከራ በክርስትና ተልዕኮ ውስጥ የሚጫወቱት ሚና አለ? ፀሎትና መከራስ ግንኙነት አላቸው?
2. ከጳውሎስ መከራ ጀርባ ያለው ምክንያት ምንድነው?
3. ቀድሞ የተሰወረው፣ አሁን ግን የተገለጠው ምስጢር ምንድነው?
4. ጳውሎስና እንደርሱ ያሉ ሰዎች የወንጌልን መልዕክት የሚያደርሱበት መንገድ ምንድነው (1፡28)?
5. ጳውሎስ ለመስበክ፣ ለመምከርና ለማስተማር የሚያነሳሳው ምንድን ነበር?
6. ሁሉንም ሰው በማስተማርና ሁሉንም ሰው በመገሰጽ መሃል ምን ልዩነት አለ? (ፍንጭ፡ የሁለቱ ተቀባዮች የተለያዩ ናቸው።)
7. ጳውሎስ አይቷቸው እንኳ ለማያውቃቸው ለሎዶቅያና ለቆላስይስ ሰዎች በፀሎት "ይተጋል"። ለምንድነው ስለእነርሱ እንደዚህ ያለ መንፈሳዊ ተጋድሎ የሚያደርገው (ቁ. 2፣ 4)
8. ጳውሎስ እንዴት ነው ክርስቶስን በቂ እና የሁሉ የበላይ አድርጎ የሚያቀርበው (ቁ. 2-3)?
9. የክርስቶስ ሞት ኃጢአትን ለማስተሰረይ በቂ ነው? ለምን? (ቆላ. 1፡ 24፣ 13-14)
10. በአማኞች መካከል ህብረትና ፍቅር ለምን ያስፈልጋል?
11. ያላመኑትን በመገሠጽና ያመኑተን በማስተማር ወንጌልን መስበክ ቅድሚያ የምትሰጠው/ጪው ጉዳይ ነው? በዕለት-ተዕለት ሕይወትህ/ሽ የበለጠ ቅድሚያ የሚያገኝ ጉዳይ እንዲሆን ምን ምን ተግባራዊ እርምጃዎች ልትውስድ/ጂ ትችላለህ/ያለሽ?

12. የስህተት ትምህርት አደጋ ለተጋረጠባቸው ነፍሳት መፀለይ ቋሚ ተግባርህ/ሽ ነው? በዚህ ረገድ የበለጠ ታማኝ ለመሆን ምን ምን ተግባራዊ እርምጃዎች ልትወስድ/ጂ ትችላለህ/ያለሽ?

ፀሎት፡- የተጣመመ ወንጌል እያባበለ ወደ ወጥመድ እያስገባቸው ያሉ በግል የምታውቃቸው/ቂያቸው ሰዎች አሉ? ፀልይላቸው/ዪላቸው። ደግሞም “[በእኛ] በኃይል እንደሚሰራ እንደ አሠራሩ” ስለሌሎች ሰዎች በመንፈስ መጋደል እንድትችል ፀልይ/ዪ

በክርስቶስ መመላለስ

ቆላስይስ 2፡6-15

1. ከማወቅና ከማድረግ የትኛው ይቀድማል? ለምን?
2. ቁ. 6 ላይ ጳውሎስ የቆላስይስን አማኞች ምን እንዲያደርጉ ነው የሚያበረታታቸው?
3. የቆላስያስ አማኞች እንዴት ነው በጌታ በክርስቶስ ኢየሱስ እንዲመላለሱ ጳውሎስ የሚነግራቸው (ቁ. 7)?
4. ስለክርስቶስ ማንነት ከቁጥር 9 ምን እንማራለን?
5. በቁጥር 14 መሠረት፣ የቆላስይስ ሰዎች እግዚአብሔር በክርስቶስ በኩል ህያዋን ሳያደርጋቸው በፊት እንዴት ባለ ሁኔታ ውስጥ ነበሩ?
6. በቁጥር 8 መሠረት፣ የቆላስይስ አማኞች የሚሰበክላቸውን የሐሰት ትምህርት ከተቀበሉ ምን ይገጥማቸዋል?
7. በወንጌሉ (1፡5-6) እና ጳውሎስ እየነገራቸው ባለው (2፡8) ፍልስፍና መካከል ምን ልዩነት አለ?
8. በቁጥር 12 መሠረት፣ አማኞች እንዴት ነው "የሥጋን ሰውነት" የሚገፍፉት (የሚያወልቁት)?
9. እግዚአብሔር በክርስቶስ ሞትና ትንሳዔ የከናወነው ምንድነው (ቁ. 13-15)?
10. ክርስቶስ በመስቀል ላይ በሰራው ስራ ምክንያት እግዚአብሔር የኃጢአትህ/ሽ መዝገብ መሻሩ ላንተ/ላንቺ ምን ትርጉም እንደሚሰጥህ/ሽ ለቡድንህ አባላት አካፍል/ዪ (ቁ. 13-14)?
11. እግዚአብሔር ሙሉ በሙሉ ይቅር እንዳለህ/ሽ እንዴት ታውቃለህ/ታውቂያለሽ?

    ፀሎት፡- በክርስቶስ ሞትና ትንሳዔ በኩል ለሠራልህ ሥራ እግዚአብሔርን ለማመስገን ጊዜ ውሰድ።

የክርስቶስ ጥላ

ቆላስይስ 2፥16-23

1. አንተ ክርስቲያን እንደሆንክ ብትናገርም ክርስቲያን አለመሆንህን ነግሮህ የሚያውቅ ሰው አለ? ለምንድነው እንደዚያ ያደረጉት?
2. በዚህ ክፍል ውስጥ "ሊመጡ ያሉት ነገሮች" ጥላ ናቸው የተባሉት ነገሮች ምንድናቸው (ቁ. 17)?
3. ጳውሎስ ለቆላስይስ ሰዎች ክርስቲያን እንዳልሆኑ ከሚነግሯቸው ሰዎች እንዲጠበቁ የሚያስጠነቅቃቸው ለምንድነው? እነዚህ ከሳሾች የቆላስይስ ሰዎች ክርስቲያን ለመባል ምን ምን ማሟላት እንዳለባቸው ነው የሚነግሯቸው (ቁ. 18-19)?
4. ቁ. 20 ላይ "ከዓለማዊ ከመጀመርያ ትምህርት ርቃችሁ ከክርስቶስ ጋር ከሞታችሁ" ሲል ምን ማለቱ ነው?
5. በቁ. 21-23 መሠረት "የሰው ሥርዓትና ትምህርት" ምን ምንን ያካትታል?
6. በቆላስይስ ያሉ የሐሰት አስተማሪዎች የሚጎድሏቸው ነገሮች ምንድናቸው ወይም የሚጎድላቸው አንድ ነገር ምንድነው (ቁ. 19)?
7. 1፥18 "‹ኢየሱስመ› የአካሉ፣ ማለት የቤተክርስቲያን፣ ራስ ነው" ይላል (በተጨማሪም ዮሐ. 15፥4-6 ላይ በክርስቶስ ስለመኖር ይናገራል)። "ራስ" ከሆነው ከእርሱ ጋር መጣበቅና እና "በእርሱ መኖር" ዓላማው ምንድነው?
8. በቆላስያስ የነበሩ የሐሰት አስተማሪዎች የሰው ሥጋ (አካል) ክፉ ስለሆነ ሰው ከእግዚአብሔር ጋር እንዲታረቅና በኃጢአተኛ ሥጋውን መግራት እንዲችል አካሉ በስቃይና ከጋብቻ በመታቀብ ሊቀጣ ይገባዋል ብለው ያስተምሩ ነበር (ቁ. 23)። ለዚህ ያንተ/ቺ ምላሽ

ምንድነው? መልስህን/ሽን ቢያንስ በአንድ የመፅሐፍ-ቅዱስ ክፍል በማስደገፍ አስረዳ/ጂ።

9. አንድ ሰው መጥቶ መላዕክትን ወይም ማርያምን አሊያም ሌሎቹን ቅዱሳን ባለማምለክህ/ሽ ክርስቲያን እንዳልሆንክ ቢነግርህ/ሽ ለከሱ ምን መጽሐፍ-ቅዱሳዊ ምላሽ ትሰጣለህ/ጪዋለሽ?

10. ለዓለም ሞተህ/ሽ ለእግዚአብሔር የምትኖር ነህ/ሽ? ካልሆንክ/ሽ ምክንያቱ ምንድነው?

ፀሎት፡- በክርስቶስ በመሆን በእርሱ ኃይል ፍሬ ማፍራት እንድትችል/ዪ ፀልይ/ዪ.

ከክርስቶስ ጋር መሰወር

ቆላስይስ 3፡1-4

1. ብዙ ጊዜ አእምሮህ/ሽ ስለምን ሲያስብ ታገኘዋለህ/ኚዋለሽ?
2. ጳውሎስ ለቆላስይስ ሰዎች የሚሰጣቸው ሁለት ትዕዛዛት ምንድናቸው?
3. በላይ ያሉት ነገሮች የተባሉት ምንድናቸው?
4. በምድር ያሉትስ ነገሮች ምንድናቸው (2፡16-23)?
5. የቆላስይስ ሰዎች የሞቱት እንዴት ነው (2፡12)?
6. የቆላስይስ ሰዎች ከሙታን የተነሱት እንዴት ነው (2፡12)?
7. ቁ. 3 ስለየትኛው ሞተ ነው የሚያወራው? ከክርስቶስ ጋር ስለመሞት ነው ወይስ በኃጢአት ምክንያት ስለመሞት ነው?
8. ክርስቶስ በምን መንገድ ነው ለቆላስይስ ሰዎች ሕይወት የሆነላቸው (2፡13-15)?
9. ጳውሎስ "ሕይወታችሁ በእግዚአብሔር ከክርስቶስ ጋር ተሰውሯል" ሲል ምን ማለቱ ነው (ቁ. 3)
10. በክርስቶስ ዳግም ምፅዓት ምን ይከሰታል (ቁ. 4)?
11. "በላይ ያለውን አስቡ" የሚለውን ትዕዛዝ በሕይወትህ ለመተግበር ምን ምን እርምጃዎች መውሰድ አለብህ?
12. "ሕይወታችሁ ... ከክርስቶስ ጋር ተሰውሯል" የሚለው አባባል ለአንድ አማኝ፣ በተለይ ላንተ/ላንቺ፣ ምን አንደምታ ይሰጣል?

ፀሎት፡ እግዚአብሔር በክርስቶስ ውስጥ ስለሰወረህ አመስግን። ከጎንህ/ሽ ላሉት ሰዎች ከክርስቶስ ጋር ሲጓዙ "በላይ ያለውን" እንዲያስቡ ፀልይላቸው/ዪላቸው

ክርስቶስ፣ ሁሉ በሁሉ

ቆላስይስ 3፡5-17

1. ዛሬ በቤተክርስቲያን ውስጥ ብዙ ከወሲብ ጋር የተያያዙ ኃጢአቶች ያሉት ለምን ይመስልሃል/ሻል? እንዲህ ያለ ደረጃ ለመድረስ የጣልነው ወይም የረሳነው ነገር ምን ይሆን?
2. በቆላስይስ ያሉ ክርስቲያኖች አምስት ምድራዊ ነገሮችን እንዲገድሉ ተነግሯቸዋል። እነዚህ ነገሮች ምን ምንድናቸው (ቁ. 5)?
3. እነዚህ ሰዎች ምድራዊ ብልቶቻቸውን የሚገድሉባቸው ሁለት ምክንያቶች ምንድናቸው (ቁ. 6-7)?
4. ቁ. 5 ከወሲባዊ ርክሰት ጋር የተገናኙ ነገሮችን ይዘረዝራል። የኛ ትውልድ ክርስቲያኖች ይሄንን ትዕዛዝ ልብ ብለን መስማትና መታዘዝ ያለብን እንዴት ነው?
5. በቁ. 8 መሠረት የአሮጌው ሰው ባህርያትና ልምምዶች ምነድናቸው? እነዚህ ልምምዶች ምን ምን ባህርያት በጋራ አሏቸው?
6. አዲሱን ሰው የመልበስ ዓላመው ምንድነው (ቁ. 10)? በተጨማሪም ሮሜ 12፡1-2 አንብብ/ቢ።
7. በቁጥር 10 ላይ የተጠቀሰው እውቀት ምን ምንን ያጠቃልላል? በተጨማሪ 1፡9 አንብብ/ቢ።
8. በብሔርተኝነት፣ በኃይማኖታዊ ልምምድ፣ በባህልና በሃብት መታበይን ከክርስቲያኖች መካከል ለማስወገድ ወሳኝ ሚና የሚጫወተው ነገር ምንድነው (ቁ. 11)?
9. ጳውሎስ ክርስቲያኖች እንዲላበሱ የሚያዛቸው ባህርያት ምን ምን ናቸው? (ቁ. 12-14)

10. ጳውሎስ ፍቅር ላይ ትኩረት የሚያደርገው ለምንደነው? ቁ. 5 እና 8 ላይ ከተጠቀሱት ክፉ ምግባሮች ጋር ሲነጻጸር ፍቅር ምን ምን ፋይዳ ይኖረዋል?
11. በዕለት-ተዕለት ሕይወትህ/ሽ ሁሉንም ነገር እንደ እግዚአብሔር ፍቃድና ምሪት ነው የምታደርገው/ጊው? ምሳሌ ስጥ/ጪ
12. በክርስቶስ ቃል መሞላት ለምን ያስፈልጋል ብለህ/ሽ ታስባለህ/ሽ?
13. ጳውሎስ በደፈናው መዝሙር በማለት ፈንታ ለምንድነው "**መንፈሳዊ** መዝሙር" የሚለው?
14. አሮጌውን ሰው አውልቀህ/ሽ አዲሱን ለመልበስ ምን ተጋድሎ እያደረግክ/ሽ ነው? በምን ማደግ ይኖርብሃል?
15. የክርስቶስ ሰላም በልብህ/ሽ እንዲገዛ ምን ተጋድሎ እያደረግክ/ሽ ነው? **ፀሎት፡** ማንኛውንም ወሲባዊ ርክሰት ፈፅመህ/ሽ ከሆነ በልብህ/ሽ ለመናዘዝ ጊዜ ውሰድ። በመቀጠልም በቡድናችሁ ውስጥ በጋራ ከወሲባዊ ርክሰት ጋር ለቤተክርስቲያን ፀልዩ።

ክርስቶስን ደስ ማሰኘት

ቆላስይስ 3፡18-4፡1

1. በማህበረሰብ ውስጥ ምንም ዓይነት ሥርዓት ወይም ህግ ባይኖር ምን የሚከሰት ይመስልሃል/ሻል? ምሳሌ ስጥ/ጪ።
2. ክርስቲያኖች በጋር ሲኖሩ በቤተሰብና በማህበረሰብ ውስጥ ህግ አስፈላጊ እንዲሆን የሚያደርጉ ነገሮች ምን ምን ናቸው? በሌላ ቋንቋ ባሎች ሚስቶቻቸውን መውደድ፣ ሚስቶች ለባሎቻቸው መገዛት፣ ልጆችና ባሮች መታዘዝ፣ ጌቶች (አለቆች) ደግሞ ፍትሃዊ መሆን ያለባቸው ለምንድነው?
3. ባትዳር ሴት ከሆንሽ በቁ. 18 ላይ የተሰጠውን ትዕዘዝ በሕይወትሽ እንዴት ተግባራዊ ታደርጊዋለሽ?
4. ባለትዳር ወንድ ከሆንክ ሚስትህን እንድትወድድና "መራራ እንዳትሆንባት" የተሰጠውን ትዕዛዝ በሕይወትህ እንዴት ትተገብረዋለህ?
5. ልጆችስ ለወላጆቻችሁ በሁሉ እንድትታዘዙ የተሰጠውን ትዕዛዝ እንዴት ትተገብራላችሁ? በሁሉ መታዘዝ ማለት መፅሐፍ-ቅዱሳዊ ያልሆኑና ኃጢአት የሆኑ ትዕዛዞችንም ይጨምራል? ቤተሰቦቻችሁ የሚያዟችሁ አንዳንድ ትዕዛዝ ከመጽሐፍ-ቅዱስ ጋር የሚጻረሩ ከሆኑ ምንድነው ማድረግ ያለባችሁ? ምንና እንዴት ነው ምላሽ መስጠት ያለባችሁ?
6. አባቶች፣ ልጆቻችሁን አበሳጭታችኋቸው ታውቃላችሁ? ያንን ለማስተካከል ምን እርምጃ ወሰዳችሁ? ጳውሎስ ልጆቻችሁን እንዳታበሳጯቸው የሚያስጠነቅቀው ለምንድነው?
7. በሥራ ቦታችሁ አለቆቻችሁን ትታዘዛላችሁ? ለጌታ እንደምትሰሩስ ትሰሩላቸዋላችሁ? አብራሩ።

8. “ለታይታ” እና “በቅን ልብ” በመገዛት መካከል ያለው ልዩነት ምንድነው?
9. ካላገባህ/ሽ ነገር ግን አንድ ቀን ለማግባት የምታስብ ከሆነህክ/ሽ በቤተሰብ ውስጥ ለባልና ለሚስት ስለተሰጠው ትዕዛዝ ምን ታስባለህ/ቢያለሽ (ቁ. 18 ለሴቶች እና ቁ. 19 ለወንዶች)? ይህንን ክፍል የወደፊት ትዳርህ/ሽ ላይ እንዴት ለመተግበር ታስባለህ/ሽ?
10. በቤተሰባችሁ ውስጥ የሚያገለግሉ የቤት ሠራተኞች ወይም በመስሪያ ቤትህ ውስጥ የምታስተዳድራቸው ሠራተኞች ካሉ፣ ስለ ፍትሃዊነት የተሰጠውን ትዕዛዝ እንዴት ታከብራለህ? በሰማይ ጌታና አስተዳዳሪ እንዳለው ሰው ራስህን እየቆጣርህ ነው የምታስተዳድራቸው?

ፀሎት፡ እግዚአብሔርን ስለቤተሰብህ፣ ስለትዳር አጋርህ እና ስለልጆችህ ወይም ስለወደፊት የትዳር አጋርህ፣ አመስግን። ከሰዎች ጋር ያለህን ግንኙነት በፍቅርና በአክብሮት መምራት እንድትችል ጌታ እንዲረዳህ ፀልይ። መስሪያ ቤትህንና ሥራህን ወንጌል ለመመስከር እንደመስከ መጠቀም እንድትችልም ፀልይ።

ክርስቶስን ማወጅ

ቆላስይስ 4፡2-6

1. ሰዎች “በሥራ ተይዣለኹ” ሲሉ ብዙ ጊዜ ምን ማለታቸው ነው? በሥራ ስትያዝ/ዢ የፀሎት ጊዜህ/ሽ ምን ይመስላል?
2. ጳውሎስ የቆላስይስ ክርስቲያኖችን በምን እንዲተጉ ነው የሚያዛቸው? “በጸሎት እየነቃችሁ በእርሱ ትጉ” ማለት “ያለማቋረጥ ጊዜያችሁን በፀሎት አስይዙ” ማለት እንደሆነ ልብ በሉ (ቁ. 2)።
3. የቆላስይስ ሰዎች ያለማቋረጥ መፀለይ ያባቸው እንዴት ነው (ቁ. 2)?
4. ያለማቋረጥ ነቅቶ መፀለይ ለክርስቲያን ሕይወት ጥቅሙ ምንድነው? (ማር. 13፡32-37፤ 14፡32-42፤ ሉቃ. 21፡34-36 አንብብ/ቢ)
5. ጳውሎስ ያቀረባቸው ሁለት የጸሎት ርዕሶች ምንድናቸው (ቁ. 3-4)? ኤፌ 6፡18-20 በተጨማሪ አንብብ/ቢ።
6. እግዚአብሔርን “የቃሉን ደጅ ይከፍትልን ዘንድ” መጠየቅ ምን ማለት ነው (ቁ. 3)?
7. ወንጌልን ለማያምኑ የሚያካፍል ማንኛውም ሰው መልዕክቱን ግልፅና ለመረዳት የማይቸግር የማድረግ ኃላፊነት እንዳለበት ታስባለህ? ለምን?
8. ወንጌልን በግለጥነት መስበክ እንዲችሉ እግዚአብሔር በር እንዲከፍትላቸው (ዕድል እንዲሰጣቸው) ልትጸልይላቸው የምታስባቸው ሰዎች እነማን ናቸው?
9. ወንጌልን ለማያምኑ ከማካፈልህ/ሽ በፊት እንዲጸልዩልህ/ሽ ልትጠይቃቸው/ቂያቸው የምትችላቸው አማኞች እነማን ናቸው?
10. ጳውሎስ ለቆላስይስ ሰዎች የሚሰጣቸው ሁለተኛ ትዕዛዝ ምንድነው (ቁ. 5)?

11. የቆላስይስ ሰዎች በጥበብ መመላለስ የሚያስፈልጋቸው ለምንድነው (ቁ. 5)?

12. በጥበብ መመላለስ "ዕድል የሚገዛልን"[7] ከሆነ፣ እስከዛሬ እንዴት ነው ወንጌልን ለማያምኑ
ለማካፈል ለራስህ ዕድል ስትገዛ የነበረው?

13. የክርስቲያኖች ንግግር ምን ምን ባሕርያት ሊያንፀባርቅ ይገባዋል (4፡ 6)?

ሀ)

____
_

ለ)

____
_

14. ክርስቲያኖች ከማያምኑ ሰዎች ጋር ሲነጋገሩ እና ወንጌል ሲመሰክሩ ንግግራቸው በፀጋ የተቀመመ መሆን ያለበት ለምንድነው? በተጨማሪ 1ጴጥ. 3፡15-16 አንብብ/ቢ።

ጸሎት፡ የምታውቀው ወንጌላዊ ወይም ሚሲዮናዊ ካለ እግዚአብሔር ለዚህ ባርያው በር እንዲከፍትለት ፀልይ። በፀሎት የተያዝክ/ሽ እንድትሆን/ኚ፣ ወንጌልን ለመመስከር ለራስህ ዕድል ማመቻቸት እንድትችል/ዪ፣ ወንጌልንም ስትመሰክር/ሪ ንግግርህ/ሽ በፀጋ የተቀመመ እንዲሆን ጌታ እንዲረዳህ/ሽ ለራስህ/ሽ ጸልይ/ዪ።

[7] ይሄ ቃል "ዕድልን መጠቀም" እንዲሁም "ዘመኑን መዋጀት" ተወው ተተርጉሟል፡፡

በክርስቶስ ባሪያዎችና ወንድሞች

ቆላስይስ 4፥7-18

1. በታማኝነት ስለሠራኸው/ሽው ሥራ፣ አገልግሎት ወይን ስላበረከትከው/ሽው አስተዋፅዖ ተመስግነህ/ነሽ የተመሰገንክባቸውን ገጠመኞች ለቡድንህ ማካፈል ትችላለህ?
2. ጳውሎስ በአገልግሎት አጋሮቹ የሆኑትን እንዴት እንደሚያመሰግንና እውቅና እንደሚሰጥ ግለፅ

ሀ) ቲኪቆስ (ቁ. 7-8)

ለ) አናሲሞስ (ቁ. 9)

ሐ) ሶስት አይሁዶች (ቁ. 9-11)

አርስጥሮኮስ

ማርቆስ

ኢዮስጦስ

መ) ኤጳፍራ (ቁ. 12-13)

ሠ) ሉቃስ (ቁ. 14)

ረ) ዴማስ (ቁ. 14)

3. ጓደኞችህንና/ሽንና የቤተሰብህን/ሽን አባላት በአገልግሎታቸው፣ በይወታቸውና በክርስትና ጉዟቸው ውስጥ ምን ያክል ታበረታታለህ/ቻለሽ? ምን ያክልስ እውቅና ትሰጣቸዋለህ/ጪያቸዋለሽ? ቢያንስ ሁለት የቤተሰብህ አባላት ወይም

ጓደኞችህና የቤተሰብህ አባላት ሕይወትህ/ሽ እና አገልግሎትህ/ሽ ውስጥ ያላቸውን በጎ አስተዋፅዖ ለቡድንህ/ሽ አባላት አካፍል/ዪ። በእነርሱ እንዴት ተፅናናህ/ሽ?

4. ከክፍሉ እንደምንመለከተው በጳውሎስ አጋር የሆኑ ሰዎች ነበሩ። ይህ ስለጳውሎስ ፍልስፍና ወይም የአገልግሎት መርህ ምን ያሳያል?
5. ጳውሎስና ኤጳፍራ የቆላስይስ፣ የሎዶቅያና የኢያራ ክርስቲያኖችን በተመለከተ በጋራ ያላቸው ነገር ምንድነው (1፡9፤ 2፡1-3፤ 4፡12-13)
6. ለቤተክርስቲያንህና ላለህባቸው ህብረቶች እንዴት ነው የምትፀልየው? ስለህብረቱ አባላት እንደ ጳውሎስና ኤጳፍራ በጸሎት ትጋደላለህ? የማትጋደል ከሆነ ጳውሎስን እና ኤጳፍራን ለመምሰል ምን ማድረግ አለብህ?

ጸሎት፡ ጊዜ ወስደህ ለቤተክርስቲያህና አባል ለሆንክባቸው ቡድኖች ፀልይ። ስለመልካም ጓደኞችህና የቤተሰብህ አባላት እግዚአብሔርን አመስግ።

በክርስቶስ - የቆላስይስ ክፍሎች

ቆላ 1፡4 - በክርስቶስ ስላላችሁ እምነትና ለቅዱሳን ሁሉ ስላላችሁ ፍቅር ሰምተናል

ቆላ 1፡14 - በእርሱም መዋጀትን በደሙ አግኝተናል፤ ይህም የኃጢአት ይቅርታ ነው።

ቆላ 1፡16 - ሁሉ በእርሱና ለእርሱ ተፈጥሮአልና

ቆላ 1፡19 - እግዚአብሔርም ሙላቱ ሁሉ በእርሱ እንዲሆን ወዷልና

ቆላ 1፡22 - አሁን ግን ነውርና ነቀፋ የሌለባችሁ አድርጎ በእርሱ ፊት ሊያቀርባችሁ፣ በክርስቶስ ሥጋ በሞቱ በኩል አስታረቃችሁ

ቆላ 1፡28 - እኛም እያንዳንዱን ሰው በክርስቶስ ፍጹም አድርገን ማቅብ እንችል ዘንድ፣ ሰውን ሉ በጥበብ ሁሉ እየመከርንና እያስተማርን እርሱን እንሰብካለን

ቆላ 2፡3 - የተሰወረው የጥበብና የእውቀት መዘገብ በእርሱ ነውና፡፡

ቆላ 2፡6 - እንግዲህ ጌታ ክርስቶስ ኢየሱስን እንደ ተቀበላችሁት እንዲሁ በእርሱ ኑሩ

ቆላ 2፡7 - በእርሱ ተተክላችሁና ታንጻችሁ፣ እንደ ተማራችሁት በእምነት ጸንታችሁ፣ የተትረፈረፈ ምስጋና እያቀረባችሁ ኑሩ።

ቆላ 2፡9 - የመለኮት ሙላት ሁሉ በአካል በእርሱ ይኖራልና፤

ቆላ 2፡10 - እናንተም የገዥነትና የስልጣን ሁሉ ራስ በሆነው በክርስቶስ ሙሉ ሆናችኋል።

ቆላ 2፡11-12 - በእርሱ ሆናችሁ በእጅ ባልተደረገ መገረዝ ተገርዛችሁ፣ በክርስቶስም መገረዝ የሥጋና ኃጢአታዊ ባህርይ አስወግዳችሁ በጥምቀትም ከእርሱ ጋር ተቀብራችሁ፣ እርሱን ከሙታን ባስነሳው በእግዚአብሔር ኃይል በማመን ከእርሱ ጋር ደግሞ ተነሳችሁ።[8]

ቆላ 2፡15 - የአለቆችና የባለ ሥልጣናትንም ማዕረግ በመግፈፍ በመስቀሉ ድል ነስቶ በአደባባይ እያዞራቸው እንዲታዩ አደረገ።

ቆላ 3፡20 - ልጆች ሆይ፤ ይህ ጌታን ደስ የሚያሰኝ በመሆኑ ለወላጆቻችሁ በሁሉም ነገር ታዘዙ።[9]

ቆላ 4፡7 - [ቲኪቆስ] የተወደደ ወንድምና ታማኝ አገልጋይ፣ በጌታም አብሮኝ ሎሌ ነው።

ቆላ 4፡17 - "በጌታ የተቀበልከውን አገልግሎት ከፍጻሜ ለማድረስ ተጠንቀቅ፡፡"

---

[8] ምንም እንኳን እንዳንዶች "እርሱ" የሚለውን አዛማጅ ተውላጠ ስም የሚያመለክተው ጥምቀትን እንደሆነ ቢናገሩም "ከክርስቶስ" የሚለው የተሻለ ትርጉም ነው፡፡
[9] የግሪኩ ቀጥታ ትርጉም፡፡

Made in the USA
Middletown, DE
16 October 2022

12882429R00020